பட்டாம்பூச்சி விற்பவன்

1997ஆம் ஆண்டின்
சிறந்த கவிதை நூலுக்கான
பாரத ஸ்டேட் வங்கியின்
முதல் பரிசு பெற்ற நூல்.

நா.முத்துக்குமார்

டிஸ்கவரி புக் பேலஸ்

#6, மஹாவீர் காம்ப்ளெக்ஸ், முனுசாமி சாலை,
(பாண்டிச்சேரி கெஸ்ட் ஹவுஸ் அருகில்)
கே.கே.நகர் மேற்கு, சென்னை-600 078.
பேசு : 044 48557525, +91 87545 07070

படடாம்பூச்சி விற்பவன்
ஆசிரியர்: நா.முத்துக்குமார்

Pattaampoochi virpavan

Author: Na.Muthukumar

Copyright: Jeeva Muthukumar©

Publisher: Discovery Book Palace
1st Edition: December - 2020
5th Edition: December - 2023
ISBN: 978-93-89857-32-0
Pages: 64.
Cover Design: Discovery Books Team

Discovery Book Palace (P) Ltd,
1055-B, Munusamy Salai, K.K.Nagar West, Chennai-600 078.
Mobile: +91 87545 07070 / Ph: +91 - 44-4855 7525
E-mail: **discoverybookpalace@gmail.com,**
Website: **www.discoverybookpalace.com**

Rs. 80

உங்கள் மொபைல் போனிலிருந்து ஸ்கேன் செய்து டிஸ்கவரி புக் பேலஸின் மொபைல் ஆப்பை டவுன்லோடு செய்து, புத்தகங்களை வாங்குங்கள்.

நா.முத்துக்குமார் (1975)

காஞ்சிபுரம் அருகில் உள்ள கன்னிகாபுரம்தான் நா.முத்துக்குமாரின் சொந்த ஊர். தறிக்கூடத்தின் ஒலியில் வளர்ந்த இவர், கிராம பள்ளிக்கூடத்தில் படித்துமுடித்து, காஞ்சிபுரம் பச்சையப்பனில் இளங்கலை இயற்பியல் பட்டமும், சென்னை பச்சையப்பன் கல்லூரியில் முதுகலை தமிழ் இலக்கியப் பட்டமும், சென்னை பல்கலைக்கழகத்தில் திரைப்பாடல் ஆய்வுக்காக முனைவர் பட்டமும் பெற்றவர்.

இவரது கவிதைகள், ஆங்கிலம், மலையாளம், இந்தி, பிரெஞ்சு, ஜெர்மன் ஆகிய மொழிகளில் மொழிபெயர்க்கப்பட்டு, பல்வேறு பல்கலைக்கழகங்களில் பாடத்திட்டமாகவும் வைக்கப்பட்டுள்ளன.

'பட்டாம்பூச்சி விற்பவன்' தொகுப்புக்காக 1997ம் ஆண்டின் 'ஸ்டேட் பாங்க் விருது' பெற்றுள்ளார். 1999ஆம் ஆண்டிலிருந்து திரைப்படங்களுக்குப் பாடல்கள் எழுதி வந்த நா.முத்துக்குமார், திரைஇசைப் பாடல்களுக்காக, சிறந்த பாடலாசிரியருக்கான இந்திய அரசின் தேசிய விருது, பிலிம்.ஃபேர் விருது, தமிழக அரசின் கலைமாமணி விருது மற்றும் சிறந்த பாடலாசிரியர் விருது என பல விருதுகளையும் பெற்றுள்ளார்.

நா.முத்துக்குமாரின் அனைத்து நூல்களையும் அவரது நினைவுப் பதிப்பாக வெளியிடுவதில் டிஸ்கவரி புக் பேலஸ் பெருமைகொள்கிறது.

இந்த நூல்கள் வெளிவருவதற்குப் பெரிதும் துணையாக இருந்த திரைப்பட இயக்குனர்கள் ஏ.எல்.விஜய், அஜயன் பாலா, படைப்பாளர்கள் பவா செல்லதுரை, கே.வி.ஷைலஜா வழக்கறிஞர் சுமதி ஆகியோருக்கும் மற்றும் நூல்களை வெளியிட அனுமதி தந்த நா.முத்துக்குமாரின் மனைவி ஜீவா, மகன் ஆதவன் முத்துக்குமார் ஆகியோருக்கும் நெஞ்சார்ந்த நன்றிகள்.

நூல்களின் விற்பனை மூலம் பெறப்படும் தொகையில், ஒரு பகுதி நா.முத்துக்குமாரின் குடும்பத்தினருக்கு அளிக்கப்படுகிறது என்பதினால் வாசகர்களும் பெருமையடையலாம்.

- பதிப்பாளர்

சுவாசத்தைப்போல்...

கடிகாரக் கம்பிகள் காட்டும் மணிக் கணக்குகளைவிட, காலண்டர் தாள்கள் தரும் நாள்-மாத-வருட விவரங்களைவிட, மனதின் துள்ளல்களைக் கொண்டும், இதய வலிகளைக் கொண்டும் வாழ்க்கையை கணக்கு வைப்பவன் நான்.

புன்முறுவல்களும், புல்லரிப்புகளும், புளகாங்கிதங்களும் கண்ணீர்த் துளிகளும், கனத்த மௌனங்களும், நெகிழ்வுகளும், நெடுமூச்சுகளும் என.... இவைகள்தான் என வாழ்க்கைப் பயணத்தின் மைல்கற்கள்.

நண்பர் முத்துக்குமாரின் 'தூர்' என்ற முதற்கவிதையைப் படித்த பரவசத்துடன், இந்தத் தொகுதியில் உள்ள அவரது ஏனைய கவிதைகளையும் படித்து முடித்தபோது, வாழ்வைக் கணக்கு வைக்க, வளையவரும் கடிகார முட்களையும், கிழித்து வீசப்படும் காலண்டர் தாள்களையும் நம்பாத மற்றுமோர் படைப்பாளியைப் பார்த்த மன மனநிறைவு.

ஒருசில வரிகளில் ஓராயிரம் உணர்வுகளையும், பிம்பங் களையும் பதிவுசெய்யக் கவிதையில்தான் முடியும். இந்தச் செப்படி வித்தை முத்துக்குமாருக்கு நன்றாகவே வருகிறது.

பிள்ளைப் பருவத்தின் இடைவிடாத ஆச்சர்யங்கள்; பால்யத்தின் பலதரப்பட்ட புல்லரிப்புகள்; வாலிபத்தின் வசப்பட மறுக்கும் வண்ணக்கனவுகள்; எண்ணிலடங்கா இதய ரணங்கள்; இனிய ஏக்கங்கள் என எல்லாவற்றையுமே பதிவு செய்து, பத்திரமாகப் பாதுகாத்து, இப்போது நம்மோடு பகிர்ந்துகொண்டிருக்கிறார், இந்த இளம் கவிஞர்.

சுவாசத்தைப்போல், தாய்மொழிபோல், சைக்கிள் மிதிப்பது போல் கவிதையும் படு இயல்பாக இவருக்குக் கைவருகிறது.

எளிமை, தெளிவான சிந்தனை, தேர்ந்தெடுத்த வார்த்தைகள், கம்பீரமான அழுத்தமான உணர்வின் வெளிப்பாடுகள் இவைதான் முத்துக்குமாரின் பிரத்தியேகக் கவிதைகள்.

இவரது கோபங்களில் வன்மை இருக்கிறது; வசை இல்லை. இவரது சோகங்களில் மனித நேயம் இருக்கிறது; சுயபச்சாதாபம் இல்லை. இவரது நகைச்சுவையில் நமட்டு இருக்கிறது; நக்கல் இல்லை.

இவரது மகிழ்வுகளும், நெகிழ்வுகளும் சின்னச்சின்ன விஷயங்களால் ஆனவைதான். ஆனால் ஒன்று, கூட்டிக்கழித்துப் பார்க்கையில், இந்தச் சின்னச்சின்ன மகிழ்வுகளும் நெகிழ்வுகளும் தானே கடைசிவரை நம்மோடு தங்கிக்கொள்கின்றன.

எனது முன்னுரையில் முத்துக்குமாரின் கவிதை வரிகளை வேண்டுமென்றே தவிர்த்து இருக்கிறேன். காரணம், இடையில் இரண்டு வரிகளைப் பிடுங்கி உதாரணம் காட்டக்கூடிய ரகமல்ல இவரது கவிதைகள். அர்த்தப்பட வேண்டுமெனில் ஆரம்பம் முதல் முடிவு வரை படிக்கப்பட வேண்டியவை.

இந்தத் தொகுதியில் உள்ள தூர், ஆயத்தம், பிரிதலும் பிரிதல் நிமித்தமும், இன்றைக்கும், ஒரு கிராமத்துக் கிரிக்கெட், பள்ளி, பெயர் உருவான கதை, சில கேள்விகள், சுண்டுவிரல் தாத்தாக்கள், டென்த் ஏ காயத்ரிக்கு, அப்பாவின் உலகம், இன்னமும் போன்ற கவிதைகள், 'அடடா... இவை நான் எழுதியிருக்க வேண்டியவை அல்லவா' என்ற உணர்வையே என்னுள் ஏற்படுத்தின. என்னைப்போல் நிறைய பேர் நினைக்கப்போகிறார்கள்.

வயசுத் தூசி படிந்த என் வாழ்க்கையின் பக்கங்களை சிரத்தையுடன் புதுப்பிக்க வைத்தமைக்கான நன்றியுடனும், நல்லதோர் எதிர்காலத்துக்கான வாழ்த்துகளுடனும்...

அன்புடன்,
பாலுமகேந்திரா
3.12.1997.

எரு கொட்டி வைத்த இடம்

ஈரம் உலர்வதற்கு முன்னதாகவே என் முன் வைக்கப்படுகிற கவிதைகள், சிறுகதைகள், மொழிபெயர்ப்புகள், திரைப்படத் திறனாய்வுகள் எனும் இவனது அனைத்து எழுத்துகளிலும் இந்த மிருது இளைஞனின் எதிர்காலம் குறித்த எனது நம்பிக்கைகள்...

அடைமழை காலத்தைய வெள்ளத்தின் அளவாய் உயர்ந்து கொண்டே செல்கின்றன.

கணையாழி விழாவில் சுஜாதா அவர்களால்... படைப்பாளிகள் விழாவில் பாலுமகேந்திரா அவர்களால்... இவனும், இவனது கவிதையும் அறிமுகம் செய்துவைக்கப் பட்டபோது எழுந்த கைதட்டல்களின் ஒலி இப்போதும் எனக்குள் கேட்டுக்கொண்டே இருக்கிறது.

எதிர்வரும் ஆண்டுகளின் நம்பிக்கைத் தளிர்களில்... எரு கொட்டிவைத்திருந்த இடத்தின் கரும்பச்சைப் பயிராய் உயர்ந்து தெரிவான். திரையிசைப் பாடலாசிரியர்களில் ஒருவனாய் வெளிச்சப்பட்டு வெற்றிபெறுவான்.

எனது நம்பிக்கையை காலம் நிரூபிக்கும்.

அன்புடன்,

அறிவுமதி

19.12.1997.

எந்தப் பக்கத்தைப் பிரித்தாலும்...

எங்கள் ஊர்ப் பக்கங்களில்
ஓலைச்சுவடியில் நூலை நுழைத்து
சோதிடம் பார்ப்பார்கள்.
சிலருக்கு நல்லது வரும்,
சிலருக்குக் கெட்டது வரும்.
இந்தப் புத்தகத்தில்
கண்ணை மூடிக்கொண்டு
எந்தப் பக்கத்தைப் பிரித்தாலும்
நல்ல கவிதைகள் வரும்.

இயக்குநர் **பாரதிராஜா**

தூர்

○

வேப்பம்பூ மிதக்கும்
எங்கள் வீட்டுக் கிணற்றில்
தூர் வாரும் உற்சவம்
வருடத்துக்கு ஒருமுறை
விசேஷமாய் நடக்கும்.

ஆழ்நீருக்குள்
அப்பா முங்க முங்க
அதிசயங்கள் மேலே வரும்.

கொட்டாங்குச்சி கோலி
கரண்டி
கட்டையோடு உள்விழுந்த
துருப்பிடித்த ராட்டினம்
வேலைக்காரி திருடியதாய்
சந்தேகப்பட்ட வெள்ளி டம்ளர்
சேற்றுக்குள் கிளறி
எடுப்போம் நிறையவே.

சேறுடா... சேறுடாவென
அம்மா அதட்டுவாள்.
என்றாலும்
சந்தோஷம் கலைக்க
யாருக்கு மனம் வரும்?

பகை வென்ற வீரனாய்
தலைநீர் சொட்டச் சொட்ட
அப்பா மேல் வருவார்.

இன்றுவரை
அம்மா
கதவுகளின் பின்னிருந்துதான்
அப்பாவோடு பேசுகிறாள்.

கடைசிவரை அப்பாவும்
மறந்தே போனார்
மனசுக்குள் தூரெடுக்க.

●

பட்டாம்பூச்சி விற்பவன்

O

பதின்மூன்று வயதிருக்கும்
பாலத்தின் அருகே
பார்த்தேன் அவனை.

நேற்று பூக்கடை
போனவாரம் பஜார் வீதி
என
இடம் மாறுதலே குறிக்கோளாய்
இருக்கிறது அவன் வாழ்வு.

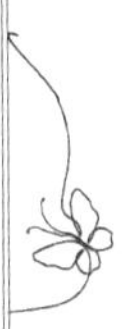

குடையை மல்லாத்தி
அதில் பரப்பியிருந்தான் சரக்கை.

எடுப்பவர் கையில்
வண்ணம் தொலைக்காமலும்
சிறகின் இயல்பை
மறந்த நிலையிலும்
இருந்தன பட்டாம்பூச்சிகள்.

அடிவயிற்றில் மெழுகுபூசி
கூவி
விற்றும் விடுகிறான்
அவ்வப்போது ஒன்றிரண்டை.

சின்னவயதில்
பிடிக்குத் தப்பியதை
இப்போது பிடித்ததாய்
எல்லோருக்கும் கர்வம்

அலமாரியோ, சுவரோ
இனி
ஆவலோடு வந்து
ஏமாறப் போகின்றன
வீட்டுப் பல்லிகள்.

பிரிதலும் பிரிதல் நிமித்தமும்

O

ஒவ்வொரு முறை
வீடுமாற்றும் போதும்
இழந்து விடுகிறோம் எதையாவது.

பாட்டிக்கு பாக்குவெட்டி
தம்பிக்கு
தீப்பெட்டிப் படங்கள்
கிழித்து ஒட்டிவைத்த
கட்டுரை நோட்டு
அப்பாவுக்கு
ஆபீஸ் போக வசதியாய்
அருகிலேயே பேருந்து

எனக்கு
ஆடுசதை தெரிய கோலம் போடும்
எதிர்வீட்டுப்பெண்
மற்றும்
கம்யூனிசம் முதல்
காமசூத்திரம் வரை பேசும்
டீக்கடை நண்பர்கள்

இம்முறை கவனமாய்
போன வாரம் நட்ட
ரோஜாச்செடி முதல்
மாடியில் காயவைத்த
உள்ளாடை வரை எடுத்தாயிற்று
என்றாலும்
ஏதோவொன்றை
மறந்த ஞாபகம்

சோற்றுக்கு வரும் நாயிடம்
யார் போய் சொல்வது
வீடு மாற்றுவதை.

ஒரு கிராமத்து கிரிக்கெட்

○

தென்னை மட்டையில்
செதுக்கிய பேட்.
சைக்கிள் டியூபில்
செய்த பந்து.
ஆடாதொடை
குச்சிதான் ஸ்டெம்பு.

விதிகள் எதுவும்
யாருக்கும் தெரியாது.
மட்டையில் பட்டால் ரன்
குச்சியில் பட்டால் அவுட்.
பள்ளியில் படிப்பதால்
விசேஷ கவனிப்பெனக்கு.
எல்லாம் தெரிந்ததாய்
எல்லோரும் நினைத்தாலும்
ரொம்ப நாள் வரை
கவாஸ்கருக்கும் கபில்தேவுக்கும்
வித்தியாசம் தெரியாது.

சமயத்தில் ஆட்டம்
சுவாரசியமாய் போகையில்

நிறைய பந்துகள்
சிறைப்பட்டிருக்கின்றன
நாயக்கர் தோட்டத்து
நீரில்லா கிணற்றில்.

செவன் ஸ்டார் டீம் என்று
வளரத் தொடங்குகையில்
வாழ்க்கை திசைமாற
நகரத்தில் மேற்படிப்பு.
ஸ்லிப்பு தெரியலையா
நீயெல்லாம்
பந்து பொறுக்கக்கூட லாயக்கில்லை
சகமாணவர்களின்
கேலிகளுக்கிடையில்
இருந்த ஆர்வமும் போயிற்று.

இப்போதெல்லாம்
கலைப்பது உறுதி சு.சுவாமி பேட்டி
அண்ணியுடன் தொடர்பு
தம்பி படுகொலை
செய்திகள் நடுவே
கிரிக்கெட் போட்டியில்
இந்தியா வெற்றி
என படிக்கையில்
புன்னகைப்பதோடு சரி!

●

விமானமும் நானும்

○

விமானத்துக்கும்
எனக்குமுள்ள தொடர்பு
ஒரு சில கணங்களில்தான்
நிகழ்ந்திருக்கிறது.

என் ஊரிலும்
வயலுண்டு என்றாலும்
இறங்கியதில்லை இதுவரை.

எந்த விமானமும்
நினைவு தெரிந்தென்
சின்ன வயதுகளில்
தாழப்பறந்த
ஹெலிகாப்டர்கள் பின்னால்
ஓடியிருக்கிறேன்.

சென்னைக்குச் செல்கையில்
மீனம்பாக்கத்தைக் கடக்கும்
அபூர்வ விநாடிகளில்
விழிவிரிய வியந்து
ரசித்திருக்கிறேன்.

திருவிழாவை முன்னிட்டு
சென்ற வாரம்தான்
விமானத்தில் ஏற
வாய்ப்பு கிட்டியது.

என்றாலும்
கோயில் கோபுர விமானமெல்லாம்
விமானமா என்ன..?
●

இன்றைக்கும்...

○

இன்றைக்கும்...
கைக்குழந்தையோடு
பேருந்தில் பயணிப்பவளுக்கு
எழுந்து இடம் கொடுக்க
ஆளிருக்கிறது.

இன்றைக்கும்...
பகலில் விளக்கெரியும்
மோட்டார் சைக்கிளுக்கு
சைகை காட்டுகிறார்கள்.

இன்றைக்கும்...
சுருதி சேராமல் பாடும்
பிளாட்ஃபார பிச்சைகளுக்கு
சில்லறைகள் விழுகின்றன.

இன்றைக்கும்...
புழுக்கத்திலிருக்கிறது
ஐயோ பாவம் என்கிற வார்த்தை!

●

தையல்

○

வயது முற்றிய
கொலுசுக் கால்களின்
உஷ்ண உரசலை

அதற்கும் மீறிய
அந்தரங்க வலிகளை

சக ஆணின்
சபலப் பார்வையால்
வேகமாய்ச் சுற்றிய
விரல்களின் கோபத்தை

சிரிப்புடன் சிதறிய
துணிகளின் துணுக்கை
என

பனிகொட்டும் இரவில்
எல்லாம் யோசித்தபடி
விழித்துக் கொண்டிருந்தது
ஏற்றுமதி நிறுவனத்தின்
தையல் இயந்திரம்!
●

தொடரும் இயக்கம்

○

எப்படியாவது நேர்கிறது
விபத்தை எதிர்நோக்க.

இம்முறை
சில காய்கறிகள்
தேங்கிய ரத்தம்
ஓரமாய் மூளை
சற்றுத் தள்ளி
மூளைக்குரியவர்.

பார்த்தவர் பேச்சும்
உறவினர் அழுகையுமாய்
தொடரும் இயக்கம்
என் தலையைத் தடவ
பத்திரமாயிருந்தது.

தற்செயலாய் பார்க்கையில்
அனைவரும்
தடவிக் கொண்டிருந்தனர்
அவரவர் தலையை!

●

பள்ளி

○

தண்டவாளத் துண்டு
காற்றில் ஒலியெழுப்ப
ஆரம்பம் அதன் இயக்கம்.

நீராரும் கடலுடுத்த
பாடத் தொடங்குகையில்
டியூசன் எடுத்த களைப்பில்
கொட்டாவிவிடும் வாத்தியார்கள்.

மரபெஞ்சில் பெயர் செதுக்கி
முத்திரை பதிக்கும் மாணவர்கள்.
இன்ஸ்பெக்ஷனுக்காய்
வாங்கிய கட்டுரை நோட்டு
அடுத்த மாதம் எடைக்கு வர
அட்டையுடன் காத்திருக்கும்.

பாடத்தில் இல்லாத
பாலியல் கல்வி
பாத்ரூமில்.

யாரும் மெனக்கெடாமலே
வருடந்தோறும் உருவாகிறார்கள்
சில அறிவாளிகளும்
முட்டாள்களும்!

●

தெற்கு மாடவீதி

○

கோபுரத்துக் கிளிகள்
பஞ்சம் பிழைக்க
பறந்து போய்விட்டன.

இடப்பக்கம் மதில் சுவரின்
நாமக்கோடுகளின் மேல்
ஃபோர்ப்ளஸ் ஃபோர்
போஸ்டர் தரிசனம்.

வடக்கயிறு புண்ணியம் போய்
இயந்திரம் உதவியால்
வலம் வருகிறது
ராட்சத மரத்தேர்.
சோமாவுக்கும் சாமாவுக்கும்
ஸ்டேட்ஸில் வேலை கிடைத்து
வாழ்க்கை வெளிச்சமாக
மூலவர் இன்னமும்
கர்ப்பக்கிரக இருட்டில்

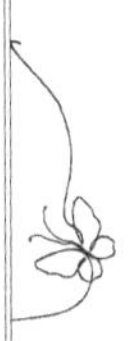

மார்கழியின் காலைகளில்
தெருவடைத்த புள்ளிகளும்
கோலமிடும் குமரிகளும்
காணக் கிடைப்பதில்லை.

இப்போதெல்லாம் கோலத்தை
கொட்டாவி விட்டபடி
இரவில்தான் போடுகிறார்கள்.

சூழல்கள் திசைமாற
தெருமட்டும் இப்போதும்
தெற்கு மாட வீதி.

மனுஷிகள்

○

கள்ளுக்கடையில்
சால்னா விற்பவள்
கெட்ட வார்த்தைத் துணையால்
காத்துக் கொள்கிறாள்
கடையையும் கற்பையும்.

பத்து வருடமாய்
மிளகாய்த் தூளுக்கு மத்தியில்
மதுக்குப்பி மறைத்து
பாண்டிச்சேரியிலிருந்து
கடத்தி விற்க முடிகிறது
பேச்சியம்மா கிழவியால்.

வாசனையாகப் பேசி
அய்யர் தெருவிலும்
விற்று விடுகிறாள்
கருவாட்டுக்காரி.

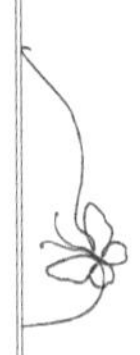

கைக்கும் வாய்க்குமாய்
வாழத்தான் செய்கிறார்கள்
இவர்களும்..!

●

இன்னமும்...

○

கால்மாற்றிக் கால் வைத்து
மெல்ல இடம் பெயரும்

மிரட்டலும் இல்லாமல்
பணிதலும் இல்லாமல்
தன் இருப்பு வெளிக்காட்ட
அவ்வப்போது
ஒரு சிறு எம்புதல்

கவ்வுதலுக்குத்
தயாரான மென்தொண்டையில்
கூட்டத்தைக் கூப்பிட
குரல்களின் ஆயத்தம்

பேரப்பிள்ளைகளின்
உறுப்புகளை
அறுத்துப் போடுவதாய்ச் சொன்ன
பாட்டிகளின்
வெற்றிலைக் கறை படிந்த
சொற்களை நம்பி
காத்திருக்கின்றன
அப்பாவிக் காக்கைகள்.

பதிவுகள்

○

மலை உச்சிப் பாறையில்
கல்லூரி மரக்கிளையில்
தியேட்டர் சேரில்
புழுதி படிந்த
கார் கண்ணாடியில்
போன்ற பலவற்றில்

சந்தோசமாய்
எழுதிய என் பெயர்
குறுகிப் போனது
கடன் பத்திரத்தில்.

●

நல்ல சாவு

○

இதோ அதோ என்று
இழுத்துக் கொண்டிராமல்
பக்கவாதம் வந்து
படுக்கையில் கழியாமல்
எல்லோருடனும் பேசிச் சிரித்து
தூங்கிய இரவில்
செத்துப்போனார் தாத்தா.

ஒப்பாரியினூடே
மூக்கைச் சிந்தி சுவரில் தடவி
பாட்டி சொன்னாள்
நல்ல சாவு!

●

அம்மாவின் கரிச் சுவர்

○

ஒவ்வொரு பொங்கலுக்கும்
வெள்ளையடித்தாலும்
மீண்டும் தன் முகத்தில்
கரி பூசிக்கொள்கிறது
சமையலறைச் சுவர்.

அம்மாவுக்கும் அதுக்கும்
அந்யோன்யம் அதிகம்.

அம்மாவுக்காய் அழுகிற
ஈர விறகுகளின்
புகைச் சோகம் தாங்கி
மேலும் கறுக்கும் அது.

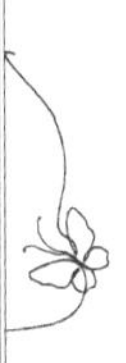

தினசரி பால் கணக்கு
சீட்டு போக தள்ளு என
அம்மா அதன் முகத்தில்
அடிக்கடி வரைந்து
அழகு சேர்ப்பாள்.
அக்காவுக்கு இவற்றிலிருந்து
சீக்கிரம் விடுதலை.

கல்யாணம் ஆனதும்
கேஸ் குக்கர்
சுவரில் டிஸ்டெம்பர்

சுவர் விடுதலை மட்டும்
பெண் விடுதலை என்றால்
அம்மாக்களை விட
அக்காக்கள் அதனை
அடைந்து விட்டார்கள்.

சில கேள்விகள்

○

முதிர்ந்த மழைநாளில்
தொலைக்காட்சி பார்ப்பவளை
தேநீர் கேட்டதற்காய்
செல்லமாய்க் கோபிக்கும்
சிணுங்கலை
ரசித்ததுண்டா நீ

கூடப் படிக்கும்
கிராமத்துத் தோழியிடம்
என் அண்ணனுக்கு
ரொம்பப் பிடிக்குமென்று
ஜாமென்ட்ரி பாக்ஸ் நிறைய
நாவல்பழம் வாங்கி வந்து
மண் உதிரா பழத்தை
ஊதித் தரும் அன்பில்
உணர்ச்சி வசப்பட்டதுண்டா நீ

என் அண்ணன் என்றவள்
சகதோழிகளிடம்
அறிமுகப்படுத்துகையில்
வெட்கத்தால் மௌனித்து
தலைகுனிந்திருக்கிறாயா

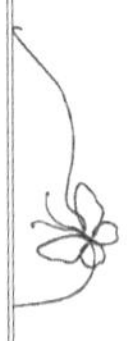

தென்னங் கீற்றுக்குள்
சடங்கான வெட்கத்தில்
அவள் கன்னம் சிவக்கையிலே
உனக்கும் அவளுக்கும்
இடையில் தோன்றிய
நுண்ணிய இழைகளை
அறுத்ததுண்டா நீ

கிளிப்பச்சை என்றவள்
ஆயிரம் முறை கூறியும்
பாசி கலரில் வளையல் வாங்கி வந்து
வசைப்பட்டிருக்கிறாயா

மிகச் சாதாரணமாய்
கேட்டுவிட்டாய் நண்பா
உனக்கென்ன
அக்காவா தங்கையா
கஷ்டப்பட்டு சம்பாதித்து
கல்யாணம் பண்ணித் தர
ஒரே பையன் என்று

எனில்
கஷ்டப்பட்டு சம்பாதித்து
கல்யாணம் பண்ணித்தர மட்டுமா
அக்காவும் தங்கையும்.

மொழி தொலைந்த குரல்

○

அகாலத்தில்
நாய் குரைத்தது

குழாய் வயிற்றிலிருந்து
எலும்புகளையும்
ரத்தக் கால்வாய்களையும் தாண்டி
காற்றின் முகத்தில்
அறைந்தது குரல்

திருடனாயிருக்குமென
அரும்பொருள் காக்க
ஆயத்தமானார் அப்பா

குதிரையில் வந்த
ராஜகுமாரன்
கைப்பிடிக்கும் முன்னரே
கனவு கலைந்ததில்
திடுக்கிட்டாள் அக்கா
தாம்பத்திய நெருக்கத்தினூடே
குடும்பத்தினர் கண்விழிக்கும்
அவஸ்தையுணர்ந்து

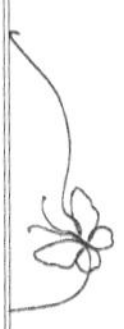

எரிச்சலானான் அண்ணன்
நேரத்திற்கு முன்னரே வந்து
திண்ணையில் அமர்ந்து
பொடி போட்டுக் காத்திருக்கும்
எமதூரதனைக் கண்டுதான்
எக்கிக் குரைக்கிறதோ

வாழ்வின் கரங்களை
இறுகப் பற்றினார் தாத்தா

சுயமொழி தொலைத்து
வெவ்வேறு
அர்த்தம் தோன்றும்படி
குரைத்தது நாய்
அதுவும் அகாலத்தில்.

இட்லி புத்திரர்கள்

○

இட்லிகள் மென்மையானவை
வெதுவெதுப்பானவை

சைபர் சைபராய்
வட்டக்குழியில் வெந்தவை

திடப்பொருளாய் தோன்றி
இளகிய நிலையில் திரவமாகி
வெப்பத்தால் இறுகியது
அதன் உருவம்

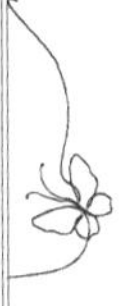

மிக முக்கியம்
இட்லிகள் கொள்கையற்றவை

சாம்பாரில் மிதவையாகவும்
சட்னியில் துவையலாகவும்
ஏதுமற்றப் பொழுதுகளில்
எண்ணெய் மிதக்கிற
மிளகாய்த்தூளில் துணுக்கெனவும்
எதனுடனும் அமையும்
இட்லிகளின் கூட்டணி
கம்ப்யூட்டர் சிப்ஸ்' விற்கிற
அந்நிய நாடுகளில்
உள்ளூர் இட்லிகளுக்கு
மதிப்பு அதிகம்

மேலும்
இட்லிகளை
அஃறிணை என்று
அர்த்தப்படுத்த முடியாது
அவை
குட்டிப் போட்டுப் பாலூட்டும்
இனத்தைச் சார்ந்தவை.
●

கைக்கிளை

O

தார் உஷ்ணம்
கால் நுழைய
சூழல் மறந்து
நடுத்தெருவில் புணரும் நாய்களை
கல்லால் அடித்து கலை

ஒரு பூ துறந்து
விண்ணிடை புணர்ந்து
பின்னொரு பூ போகும்
வண்ணத்துப் பூச்சிகள் பிரித்து
அதன் சந்தோஷ வர்ணங்களை
விரல்களில் குழை

ஜோடிக் கிளிகளில்
பெண் கிளியை மட்டும்
விட்டு விடுதலையாக்கி
ஆண் கிளியின்
வெறித்த பார்வைக்கு
தடித்தக் கம்பிகளை
சிநேகமாக்கு

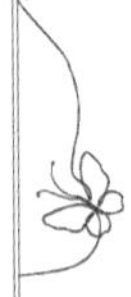

மழைக்காலத் தவளைகளின்
தாம்பத்யக் கூச்சலுக்கு
பாம்புகளின் கனவை
பரிசாகத் தா

விவஸ்தையற்று
மனைவி கை இடுப்பைச் சுற்ற
ஸ்கூட்டரில் செல்பவன்
அடுத்த சிக்னலுக்குள்
விபத்தில் சிக்கி
மண்டையைப் போட
மண்டியிட்டுப் பிரார்த்தனை செய்

அக்கம் பக்கம் யாருமில்லை
என்பதை உறுதிப்படுத்திக்கொண்டு
இப்போது சொல்
துக்கம் தோய்ந்த சந்தோஷக் குரலில்
'ங்கோத்தா...
நாப்பது வயசாச்சி
எவனும் பொண்ணு
தர மாட்டேங்கறான்.'

●

பெயர் உருவான கதை

○

ஆரம்பத்தில் அதன் பெயர்
வேறாக இருந்தது.

அதன் பலகீனம்
இருபுறம் சுவர் சூழ்ந்த
குறுபாதை எனலாம்.

சந்தைக்கருகில்
இருப்பதும் காரணம்.

பீடி செருகிய
காதுடை ஆடவர்

நின்ற வாக்கில்
பழக்கூடைப் பெண்டிர்

வரைய விழைகிற
ஓவியச் சிறுவர்கள்

எத்தனையோ முகங்கள்
பரிச்சயம் அதற்கு

முகங்கள் மட்டுமா
ஈரம் காயா
நீள் மணற்பரப்பில்
வெண்ணுரை பூப்பதும்
வழக்கமானது

ஆத்திரம் மட்டுமே
அடக்கக் கற்ற
மனிதர்கள் கூடி
அதற்கொரு பெயர்
அப்புறம் வைத்தனர்
மூத்திரச் சந்து.

நட்சத்திரங்களின் தகதகப்பு

◯

நட்சத்திரங்களைப் பற்றி
மூன்று விஷயங்கள்
தெரியும் எனக்கு.

ஒன்று
சூரியன் இல்லாத இரவுக்கு
நட்சத்திரம்தான் ராஜா.

இரண்டு
நட்சத்திரங்களின் தகதகப்பு
போலியானது.
உண்மையில் அவை
ஒளி உமிழிகள் மட்டுமல்ல
ஒளி வாங்கிகளும் கூட.

மூன்று
ஒவ்வொரு நட்சத்திரத்துக்கும்
சொந்தமாய் உண்டு
அதிகம் அதிகமான
இருண்ட பள்ளங்கள்!

●

பூ நுகரும் காலம்

O

அவனுக்கு
பூக்கள் என்றால்
பிரியம் அதிகம்.

செம்மண் பரப்புகளில்
உண்டு வளர்ந்த
ரசாயனம் துறந்து
சூர் நாசியில்
அவை தரும் மென்வாசம்
சொல்லில் அடங்காது.

நாணல்களில்
உயர்ந்து அடங்கி
நீர் ஓவியம் வரைகிற
வெண்பனிப் பொழுது
அவன் பூ நுகரும் காலம்.

ஒவ்வொரு நுகர்வுக்கும்
ஒவ்வொரு வாசம் தர
பூக்களால் மட்டுமே முடியும்.

பூக்களுக்கும்
அவனை ரொம்பப் பிடிக்கும்

விரல்களால் உயிர் பறித்து
அவன் நுகர்வதற்கு
முந்தைய கணம் வரை.

செல்கள்

○
சாத்துக்குடி சுளையின்
உதிர்ந்த பரல் போன்ற
உங்கள் உருவம்
மென்மையானது.

ஒன்றிரண்டாய் உள்நுழைந்து
பல்கிப் பெருகி
வந்தாரை வாழவைக்கும்
உங்கள் தமிழ்ப் பண்பாடு
மேன்மையானது.

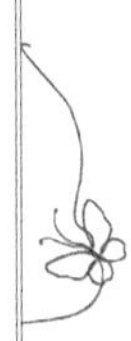

எந்தப் பெரிய எழுத்தாளரானாலும்
கடித்துக் குதறும்
உங்கள் விமர்சனப் போக்கு
அபாரமானது.

புத்தக அலமாரியின்
விநோத ரஸ மஞ்சரி தொடங்கி
காஃப்கா வரை
கரைத்துக் குடித்து
இன்னும் இன்னும் எனத் துடிக்கும்
உங்கள் அறிவுப்பசிக்கு
என்னால்தான்
தீனிபோட முடியவில்லை.

உங்களுக்கு
என் வந்தனம்...

பொருளாதாரம் கருதி
இத்தனைக் காலம்
என் அம்மா அரித்ததைவிட
உங்களின் அரிப்புதான்
புத்தகம் வாங்குவதை
உடனே நிறுத்தியது.

●

என்மனார் புலவர்

O

பொண்டாட்டி தாலிய
அடகு வெச்சு
புஸ்தகம் போட்டேன்...
தாயோளி...
விசிட்டிங் கார்டு மாதிரி
ஓசியில் தர வேண்டியிருக்கு.

சந்தா கட்டுங்க தோழர்
கவிதை அனுப்புனா
உடனே போடுவாங்க.

குடிச்சா கவிதை கொட்டுதாமே
புல்ஷிட்...
மூணு பீரு
குவாட்டர் ஜானிக்ஷா
வாந்திதான் வந்தது
வாக்கியம் வரலை.

இவன்
அநியாயத்துக்கு
எளிமையா எழுதறாம்பா
அவன் எழுதறது
சுத்தமா புரியலை
ஆயிரம் வருஷம் கழிச்சுதான்
புரியும்னு சொல்றான்.

முதல் பிரதியை
பெறும் தொழிலதிபர்கள்
பாம்பே ஆயில் மில்ஸ் தலைவர்
....
ட்ரிபிள் ஃபோர் கம்ப்யூட்டர்
நிறுவன அதிபர்
....
புண்ணாக்கு மற்றும்
புடலங்காய் வியாபாரி
உயர்திரு...
●

வேட்கத்தை நிரப்பி ஒரு கடிதம்

O

ஆருயிர் ஆனந்த்
வருத்தமும்
வருத்த நிமித்தமுமாய் இக்கடிதம்.

உன் தங்கை திருமணத்தில்
அந்தச் சம்பவம்
நடக்காமல் இருந்திருக்கலாம்.

பொதுவாகத் திருமணங்கள்
அதுவும்
வெளியூரில் எனில்
நண்பர்கள் நிலைமை
தண்ணீர் தெளித்த மாடுகள்.

சாவகாசமாய் புரட்டுகையில்
வரிக்கட்டங்களில்
மனிதர்கள் சிறைப்பட்ட
எண்பது பக்க மொய் நோட்டில்
எங்கள் பெயர் இல்லாதது
உன்னை மேலும் வருத்தியிருக்கும்.

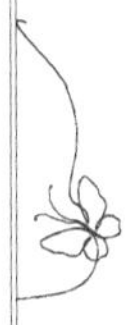

வீட்டில் பணம் வாங்கியிருக்கும்
எங்கள் மனத் தெளிவில்
கல்லெறிந்தது சுரேஷ்.

நாம வேலையா செய்றோம்
ஸ்டுடண்ட்ஸ் தானே
ஆகையால் தண்ணியடித்தோம்
ஆம்லெட் உபயம்
எனது மொய்ப்பணம்.

நீயே சொல்
பாசி தேங்கிய நீரில்
கலந்து குடித்த
மெக்டெவல் பிராந்தியும்
மிளகாய்த்தூள் மிதக்கிற
கத்தரிக்காய் சாம்பாரும்
என்றாவது ஒத்துப்போகுமா?

கல்யாண பந்தியில்
குமட்டிய வாந்திக்கு
காரணம் இதுதான்
நண்பா.

உனக்கு நாங்கள்
எந்த விதத்திலும் உதவவில்லை.

வாசலில் நின்று
பன்னீர் தெளித்திருக்கலாம்...

வியர்வையுடன்
அன்பும் வழிய
பந்தி பரிமாறியிருக்கலாம்...

குறைந்த பட்சம்
சீட்டாட்டம் தவிர்த்து
தாம்பூலப் பையில்
தேங்காயாவது நிரப்பியிருக்கலாம்...

எல்லாவற்றிற்கும் மேல்
கேசவன் கேலி செய்தது
உனது அத்தைப் பெண்ணாமே!

மன்னிப்புக்கு இல்லை இக்கடிதம்
மன்னிக்க மாட்டாய் தெரியும்
வீடுதேடி வந்து உதைத்துவிட்டுப் போ.

●

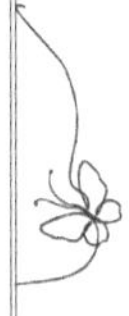

ஆயத்தம்

○

கார்னாட் தியரத்தை விட்டுவிட்டு
லவ் யூவென்
எழுதுகிறான் வசந்த்.

சுருள் சுருளாய் புகைவிட்டு
மோட்டு வளையம்
வெறிக்கிறான் சுரேஷ்.

டெக் ரிப்பேரில்லை என்றால்
புளூ ஃபிலிம் போட்டிருக்கலாமென
புலம்புகிறான் கண்ணன்.

எஃப்.எம்.மில் பாடல்
கேட்டபடி நான்
ஓரிருவர் பால் சாப்பிட
கொட்டாவியுடன் புறப்பட்டார்கள்.
அடுத்த மாதத் தேர்வுக்கு
படிக்கத்தான் வந்தோம்
என்றாலும்
எந்த குரூப் ஸ்டடீஸில்
யார் படித்தார்கள்?

●

சுண்டுவிரல் தாத்தாக்கள்

O

சீதாலட்சுமி டாக்கீஸில்
இரவுக்காட்சி முடிந்து
மருதமலை மாமணியே
பாடல் துவங்கும்.

நீரில்லா ஆற்றில்
வாத்துகள் விட்டுச் சென்ற
நட்சத்திரக் கால் பதிவை
அழிக்காமல் பின் தொடர்வோம்.

முக்கூட்டு முனையில்
என்னை வழியனுப்பி
எல்லாரும் பிரிவார்கள்.

தூரத்து ஆலமரம்
வயிற்றில் புளி கரைக்க
வீட்டை அடைந்து
மூச்சை விடுகையில்
பேய் உலாவுற நேரத்துல
என்னடா சினிமாவென
அப்பா அதட்டுவார்.

தாத்தா அருகணைத்து
சுருட்டு நெடியினூடே
வாலிபத்தில் அவர் அறுத்த
மோகினிப் பேய்களின்
சுண்டு விரல்களையும்
பின்பவை அழுத கதையையும்
ஆர்வமாய்ச் சொல்ல
டவுசர் நனைத்து
தூங்கிப் போவேன்.

மறுநாள் பள்ளியில்
தாத்தாவின் பெருமையை
நண்பர்களிடம் கூற
அவர்கள் தாத்தாக்களிடமும்
சுண்டுவிரல் இழந்து
கதறிய பேய்களின்
சாகசம் இருப்பது
தெரிய வரும்.

எந்தத் தாத்தாவும்
பேரன்கள் எதிரில்
சுண்டு விரல் அறுத்ததில்லை
எந்தப் பேரனும்
சாட்சியும் கேட்டதில்லை.

●

டென்த் ஏ காயத்ரிக்கு...

O

நீ குடியிருந்த வீடு
கைமாறி கைமாறி
கக்கடைசியில்
காயலான் கடையாகி
ஒட்டடை படிந்தது

நீ தட்டச்சிய பயிலகம்...
ஒரு மழைக்கால இரவில்
மகள் ஓடிப்போன துக்கத்தில்
asdfgf க்கு மத்தியில்
உரிமையாளர் தூக்கில் தொங்க
நொடிந்தது

நீ தரிசனம் தந்த கோயில்....
வெளவால் சந்ததி பெருகி
புராதன வாசத்தில்

உன்னைக் காதலித்த
எங்கள் கவிதைகள்
பரடேறிய டைரித் தாளில்
கன்னி கழியாமல்

தெரியும்
மிலிட்டரிக்காரனுக்கு மணமாகி
நீ டெல்லியில் இருப்பது.

சப்தர்ஜங்கோ சர்தாஜி பேட்டையோ
சப்பாத்தியும் சால்னாவுமாய்
தேய்ந்து துரும்பாகி
தூர்ந்திருக்கும் உன் வாழ்வு.

பேருந்தில்
டீக்கடையில் என
பொருள் வாயிற் பிரிந்த
நண்பர்களின்
தற்செயல் சந்திப்புகளில்
கேட்கப்படும் முதல் கேள்வி
காயத்ரி எங்க இருக்கா மாப்ளே?

என் பதில்
பத்து வருடத்திற்கு முந்தைய
டென்த் ஏ கிளாஸ் ரூம்ல.

ஒரு காம்ப்ளான் கவிதை

○

சிங்கிள் – 2.00 ரூ.
கப் – 3.00 ரூ.
பார்சல் – 4.50 ரூ.

ஏ! இளைஞனே..!
எழுந்து நில்லுப்பா...
எத்தனைக் காலம்
குந்திக்கினு இருப்பே?

எழுந்து நின்னா
பரங்கிமலை
பாதம் அளவுதான்!

ஓ! இளைஞனே...!
நிமிர்ந்து நில்லுப்பா!
வளைஞ்சிகினு கீறதுக்கு
நாய்வாலா உன் முதுகெலும்பு?

ஆ! இளைஞனே...
ஆயிரம் யானை வெட்டி

தாத்தாவுக்குத் தாத்தா
போருக்குப் போனது
மறந்து போச்சா?

வீரத்திலகமே
விழித்து வா!
விலைமகளை
ஜெயித்து வா!

பின்குறிப்பு:
இக்கவிதை படித்து
உற்சாகம் பெற்றவர்கள்!
வெளிவந்து விட்டது
கவிடாக்டரின்
ஊட்டச்சத்துக் கவிதைகள்
விலை ரூ.15.00
வி.பி.பி. இலவசம்.

●

அப்பாவின் உலகம்

O

அந்துப்பூச்சி
கறையான்
செல்கள் என
அப்பாவின் கௌரவத் தோழர்கள்
வந்துபோகும்
அவ்வுலகம்
புத்தகங்களால் ஆனது.

அலமாரி
மர ரேக்குகள்
பரண் என
எல்லாம் நிரம்பி
இடப் பற்றாக்குறையால்
மூச்சுத் திணறிக்கொண்டிருக்கிறார்கள்
முட்டைக்குள் அடைபட்ட
எழுத்தாளர்கள்.

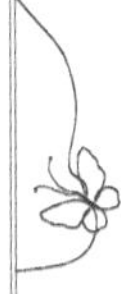

அநேகமாய் அவர்கள்
புழுதிகளைப் பற்றி
புதுநாவல் எழுதலாம்.

தூசியிசம் எனும்
புதுவகை யுக்தியை
அந்நாவல் அறிமுகப்படுத்தி
இனிவரும் இலக்கியக் கூட்டங்களில்
சண்டையைத் தூண்டலாம்.

அப்பாவின் உலகில்
அவரொத்த நண்பர்களுக்கும்
அவ்வப்போது அனுமதி
அதன் திறப்புச் சாவி
எப்போதும் அப்பாவிடம்.

நேற்று
அப்பாவைக் குறித்து
பயமும் பெருமிதமும்
தோன்றியது எனக்கு.

ஒரு மூட்டை புத்தகம் கிடைத்தால்
என்னையும் விற்றுவிடுவார்.

யாருக்கு..?

○

குழந்தைகள்
கை ஆட்டாத
கூட்ஸ் ரயிலில் இருந்து
கொடியசைத்துப் போகிறான்...
கடைசிப் பெட்டியில் கார்டு.

●

வெட்கம்

○

உள்ளாடைக் கடைகளில்
அளவு குறித்தான
பணிப்பெண்ணின் கேள்விக்கு
தலை குனிகிற
ஆணின் செயலுக்கு
வெட்கம் என்று பெயர்.

●

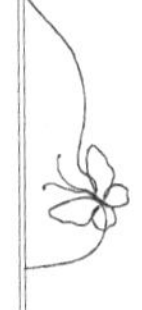

ஹைக்கூ என்றும் சொல்லலாம்

○

தூக்கமற்ற இரவு
சுவர்க்கோழி கத்த
டி.வி.யை நிறுத்தினேன்.

சிறகுகள் உதிர்ந்து
வெளிவரும் பறவை
கூண்டிற்கு விடுதலை.

இறந்து போனதை
அறிந்த பிறகுதான்
இறக்க வேண்டும் நான்.

பொருட்படுத்தா மனிதர்களை
நாற்றத்தால் அறைந்தது
குடல் சரிந்த நாய்.

பிம்பங்களற்ற தனிமையில்
ஒன்றிலொன்று முகம் பார்த்தன
சலூன் கண்ணாடிகள்.

பன்றிகளின்
காய்ந்த கழிவுகளில்
தக்காளிச் செடிகள்.

அடித்து அடித்து
சோர்ந்து போனார்கள்
மார்பு வேகாத பிணத்தை.
●

ஒப்புதல் வாக்குமூலம்

O

நான் ஏன் நல்லவனில்லை
என்பதற்கான
மூன்று குறிப்புகள்...

ஒன்று
நான் கவிதை எழுதுகிறேன்.

இரண்டு
அதைக் கிழிக்காமலிருக்கிறேன்.

மூன்று
உங்களிடம் படிக்கக் கொடுக்கிறேன்.

டிஸ்கவரி புக் பேலஸ்
வெளியீடுகள்

நா.முத்துக்குமாரின் படைப்புகள்

1. பட்டாம்பூச்சி விற்பவன் — ரூ.80
2. நியூட்டனின் மூன்றாம் விதி — ரூ.80
3. குழந்தைகள் நிறைந்த வீடு — ரூ.100
4. பச்சையப்பனிலிருந்து ஒரு தமிழ் வணக்கம் — ரூ.100
5. கிராமம் நகரம் மாநகரம் — ரூ.130
6. அ'னா ஆ'வன்னா — ரூ.120
7. கண்பேசும் வார்த்தைகள் — ரூ.140
8. பால காண்டம் — ரூ.90
9. என்னைச் சந்திக்க கனவில் வராதே — ரூ.60
10. நினைவோ ஒரு பறவை — ரூ.200
11. நா.முத்துக்குமார் கவிதைகள் — ரூ.400

நா.முத்துக்குமாரின் இந்த 11 புத்தகங்களின் விலை ரூ.1500

மொத்தமாக வாங்கினால் ரூ.1300 மட்டும்

www.ingramcontent.com/pod-product-compliance
Lightning Source LLC
Chambersburg PA
CBHW051458140726
47987CB00006B/2770